சிட்டுக் குருவி

ப. சொக்கலிங்கம்

படி வெளியீடு

படி வெளியீடு

எண்: 9, பிளாட் எண்: 1080A, ரோஹிணி பிளாட்ஸ்
முனுசாமி சாலை, கே.கே.நகர் மேற்கு,
சென்னை - 600 078. பேச: 99404 46650

வெளியீட்டு எண்: 0294

சிட்டுக் குருவி (கவிதை),
ஆசிரியர்: ப. சொக்கலிங்கம்©
Chittukkuruvi (Poem),
Author: **P. Chockalingam**©
ISBN: 978-93-95285-97-1
Print in India
1st Edition: Oct - 2023
Pages - 96
Rs - 125

Publisher • Sales Rights

Padi Veliyeedu
(A Division Of Discovery Publications)
No: 9, Plot:1080A, Rohini Flats,
Munusamy Salai,
K.K.Nagar West, Chennai - 78.
Tamilnadu, India.
Mobile: +91 99404 46650

Discovery Book Palace (P) Ltd
No:1055-B, Munusamy Salai,
K.K.Nagar West,
Chennai - 600 078.
Tamilnadu, India.
Ph: (044) 4855 7525
Mobile: +91 87545 07070

discoverybookpalace@gmail.com
WWW.DISCOVERYBOOKPALACE.COM

இந்த நூலில் பிரசுரமாகியுள்ள எந்த ஒரு பகுதியையும் பதிப்பாளரின் எழுத்துபூர்வமான முன்அனுமதி பெறாமல் எடுத்தாள்வதோ, மறுபிரசுரம் செய்வதோ, மொழியாக்கம் செய்வதோ, அச்சு மற்றும் மின்னணு ஊடகங்களில் மறுபதிப்பு செய்வதோ, காப்புரிமைச் சட்டப்படி தடை செய்யப்பட்டுள்ளது. இந்த நூலிலிருந்து குறிப்பிட்ட பகுதிகளை மேற்கோள் காட்டி புத்தக விமர்சனம் செய்ய, ஊடகங்களுக்கு மட்டும் அனுமதி உண்டு.

உங்கள் மொபைல் போனிலிருந்து ஸ்கேன் செய்து டிஸ்கவரி புக் பேலஸின் மொபைல் ஆப்பை டவுன்லோடு செய்து, புத்தகங்களை வாங்குங்கள்.

சமர்ப்பணம்
சிட்டுக் குருவிகளுக்கு....

அணிந்துரை

கவிஞர் திரு. ப. சொக்கலிங்கத்துக்கு அவருடைய கவிதைகளே சரியான அறிமுகம். அவர் ஏர்வாடி எஸ்.இராதாகிருஷ்ணனின் இலக்கியப் பள்ளியைச் சார்ந்தவர். நெல்லை ஜெயந்தா போன்ற நிலை பெற்ற சொல்லாளர்களின் அணைப்பையும், இணைப் பையும் பெற்றவர். ஏற்கனவே வெளிவந்திருக்கும் நான்கு கவிதைத் தொகுப்புகளால் தன் முகவரி அட்டையை அச்சிட்டுக்கொண்டவர்.

இன்னொரு வகையில் எனக்குச் சொக்கலிங்கம் தவிர்க்க முடியாதவர். இவருடைய தந்தை திரு. பழனியப்பன் அவர்களுடன் (எங்களுக்கு எல்லாம் அவர் 'அண்ணாத்தை') பாரத ஸ்டேட் வங்கி அம்பாசமுத்திரம் கிளையில் நான்கு ஆண்டுகளுக்கு மேல் உடன் பணியாற்றியிருக்கிறேன். அதனினும் மேலாக, சொக்கலிங்கம் ஆழ்வார்குறிச்சிக்காரர். அது எங்களின் அம்மா வழித் தாத்தாவின் பூர்வீக ஊர். நான் பார்ப்பதற்கு முதன் முதலாக ஒரு நீல மலைத் தொடரைக் காட்டியது ஆழ்வார்குறிச்சியும், சிவசைலமும்தான்.

நாங்கள் பெரிய தாத்தா என்று அழைத்த ஆழ்வார்குறிச்சி ஆயானின் மகன் வழிப் பேரன் சாவடி. பொன்.சிதம்பரத்தின் நேரடி மாணவர் சொக்கலிங்கம்.

சொக்கலிங்கத்திடம் அவருடைய தந்தை பழனியப்பன் அவர்களின் அழகும் கலகலப்பும் இருப்பதைப் போல அந்த மேற்குத் தொடர்ச்சி மலையின் நிமிர்வும் வசீகரமும் இருக்கின்றன.

விக்ரமாதித்யன், கலாப்ரியா மற்றும் நான் எல்லாம் நதியில் பிறந்த கவிதைகளை எழுதுகிறோம் எனில் சொக்கலிங்கம் மலையில் பிறந்த கவிதைகளை எழுதுகிறார்.

அவருக்கு உத்திரக்கட்டைக் கூட்டுக்குள் அலகை நுழைத்துக் கொண்டு உம் கொட்டும் சிட்டுக் குருவிகள் பிடிக்கும்.

இரண்டாம் வகுப்பு நெபுலா டீச்சர், புருஷோத்தமன் வீரமாக எதிர்த்த அலெக்ஸாண்டரைப் பற்றிச் சொன்னது அவருடைய எண்ணங்களில் பதிந்திருக்கிறது. (இரண்டாம் வகுப்பு நெபுலா டீச்சரை ஞாபகம் வைத்திருக்கும் ஒருவன் எப்படிக் கவிதை எழுதாமல் இருப்பான்?)

'வாழ்க்கை சிறியது' என்று ஞானம் வந்துவிட்டதால் அவர் தொடர்ந்து நேர்மறைகளைத் தேர்ந்தெடுத்துக்கொள்கிறார். எனவே, அவருடைய கவிதைகள் எல்லாம் நேர்மறையாகவே அமைகின்றன.

கைப்பிடி நீண்ட பித்தளைக் கரண்டியைக் காற்றில் சுழற்றி, அடிப்பிடிக்காமல் கிளறி இறக்கும் தவசிப் பிள்ளை இசக்கியின் கை பாகம் அவரிடம் இருக்கிறது. கவிதைக்கும் ஒரு நீண்ட கரண்டியைக் காற்றில் சுழற்ற வேண்டியது இருக்கிறது. அடிப்பிடிக்காமல் கிளறி இறக்கினால்தானே கவிதையும் ருசிக்கும்.

பனித்துளியில் சற்றே உப்புக் கரிக்கும் என நமக்குத் தெரியுமா? அவருக்குத் தெரிந்திருக்கிறது. சுடலைமாட சாமி கோவில் தென்புறம் ஒருக்களித்திருக்கும் ஒற்றை மஞ்சணத்தி மரத்தை நடந்து கடக்கும் போதெல்லாம் ஒரு பெயர் தெரியாத பறவை அவரிடம் அன்பு செய்கிறது. கவிதை என்பது மஞ்சணத்திப் பூ வாசம். அது பெரும்பாலும் பெயர் தெரியாத பறவைகளுக்காக எழுதப்படுவது.

வறண்ட கோடைகளில் மேகமாகிவிடும் ஒரு சிறுமியின் பூ வாளியைக் கவிஞன் எப்போதும் அவன் கையில் வைத்திருக்கிறான்.

கவிதை ஓர் ஆனந்த ஆறு. இறங்கினாலும் இறங்காவிட்டாலும் அந்த ஆனந்த ஆற்றில் குளிக்க முடியும்.

மற்றவர்களுக்கு எல்லாம் புழுவைக் கடித்துத் தூண்டிலில் மாட்டப் போகிற மீன், கவிஞனுக்கு மட்டும் தூண்டிலில் இருக்கும் புழுவை விடுவிக்கப் போகிறது.

சங்கப் பாடல்கள் பிரிவின் துயரால் தலைவியின் தோள்கள் மெலிந்தன என்று எழுதினால், இவருக்கு வளையல்கள் அளவில் பெருத்து விடுகின்றன. அதையே தான் சொல்கிறார். வேறு விதமாகச் சொல்கிறார். வேறு விதம் கலைக்கு முக்கியம்.

இவருடைய வட்டநிலாக்கள் தண்மை நிறைந்தவை அல்ல. ஆயுதம் போன்று கூர்மையானவை. அவை காண்போர் நெஞ்சில் சொப்பனங்களைப் 'பாய்ச்சுகின்றன'.

சாரல் பெய்கையில் ஒளிய மறுத்துவிடுகிறது வெயில் என்று ஒரு கவிதை. எல்லாக் கவிஞனுமே சாரல் காலங்களில் ஒளிய மறுக்கிற வெயிலாகவே இருக்கிறான். இந்தத் தொகுப்புக்குக் கூட நானாக ' ஒளிய மறுக்கும் வெயில்' என்று ஒரு தலைப்பு வைத்துக் கொள்கிறேன்.

மறைவாகப் பள்ளத்தில் கவிதையை நட்டாலும், அது பூக்க ஆரம்பிக்கையில் மேடு முழுக்கக் கவிதையின் நறுமணம் தான். மேடோ பள்ளமோ நல்ல கவிதையின் மணத்தை ஓரிடத்தில் பூட்டிவைத்தல் இயலாது. அதே போல, வேரிலிருந்து பூவை அடைந்ததும் கவிதையின் நீர் மணக்கத் துவங்கி விடுகிறது.

கவிதைகளுக்கு இலையுதிர்காலம் கிடையாது. ஆனால் கவிஞன் வேர்களில் அமர்ந்து தியானம் செய்தபடியே இருக்கிறான்.

கவிஞன் மேலக் குளத்தோர மருத மரம். அதன் கிளைகளில் ஆலம் பழங்கள் பழுத்தது போலப் பச்சைக் கிளிகளின் அலகுகள் சிவக்கும். என்ன ஒன்று, மருத மரம் ஆயினும், ஆலம்பழங்கள் ஆயினும் கிளிகள் ஆயினும் கவிதையின் வாசகன் சற்று அண்ணாந்து பார்க்க வேண்டும்.

மழையை, மழையின் மணத்தை, மின்மினிப் பூச்சியை, காய்த்துப் போன கை ரேகைகளை, சத்தமின்றிப் பேச்சுவார்த்தை நடத்தும் கடிதங்களை, காகிதக் கப்பலை, சித்தாயிப் பாட்டியை, பித்தளைப் பாத்திரங்களை, படித்துறையை, புல்வெளிக் காட்டிற்குள் உணவு கடத்தும் ரகசிய எறும்புகளை எல்லாம் ஒரு குழந்தையின் களங்கமற்ற விழிகளுடன் வியந்து அவதானிக் கிறவராக சொக்கலிங்கம் இருக்கிறார்.

இந்த ஐந்தாம் தொகுப்பு என்ன, மேலும் மேலும் ஆறாம் ஏழாம் கவிதைத் தொகுப்புகளை எழுதிக்கொண்டே போக அவருக்கு இந்தக் குழந்தையின் களங்கமின்மை உதவும். ஆனால் கவிஞன் குழந்தையாக மட்டும், அல்லது குழந்தையாகவே இருக்க முடியாது அல்லவா.

இந்தத் தொகுப்பின் கவிதை ஒன்றின் கடைசி வரி கேட்கிறது, 'இந்தக் கவிதை உங்களுக்குப் பிடிக்குமா?' என்று. அப்படி ஒரு

கேள்வியை நீங்களே உங்களிடம் கேட்காத அளவுக்கு, அல்லது வாசிக்கிறவர்கள் 'இந்தக் கவிதை எனக்குப் பிடிக்கிறது' என்று சொல்கிற அளவுக்கு உங்கள் கவிதைகள் அமையட்டும்.

ஓசையின்றி மலர்கள் மலர்ந்தாலும் பட்டாம் பூச்சிகள் தானாக வந்துவிடும். அது மலர்ந்திருக்க வேண்டும். அவ்வளவுதான்.

மலர்க. மேலும் மலர்க.
வாழ்த்துகள்.

கல்யாணி.சி
05.09.2023

நன்றியுரை

யாருக்குத்தான் சிட்டுக் குருவியைப் பிடிக்காது.

மகாகவி பாரதியாரையும் விட்டு வைக்கவில்லை சிட்டுக் குருவி.

நாம் அதிகம் அறிந்திராத மகாகவி பாரதியாரின் கட்டுரைகளில், என்னைக் கவர்ந்தது, அவரது "சிட்டுக் குருவி" கட்டுரை.

மகாகவியின் வார்த்தைகளில்... "சிறிய தானியம் போன்ற மூக்கு, சின்னக் கண்கள்,சின்னத் தலை, வெள்ளைக் கழுத்து, அழகிய மங்கள வெண்மை நிறமுடைய பட்டுப் போர்த்த வயிறு, கறுமையும் வெண்மையும் கலந்த சாம்பல் நிறத்தாலாகிய பட்டுப் போர்த்த முதுகு, சிறிய தோகை, துளித் துளிக் கால்கள், இத்தனையும் சேர்த்து ஒரு பச்சைக் குழந்தையின் கைப்பிடியில் பிடித்து விடலாம். தெய்வமே, எனக்கு இரண்டு சிறகுகள் கொடுக்க மாட்டாயா? பாழ்பட்ட மனிதர் கூட்டத்தையும் அதன் கட்டுகளையும், நோய் களையும், துன்பங்களையும், பொய்களையும், உதறி எறிந்து விட்டு, நான் இச்சைப்படி வனத்திலே பறந்து செல்ல மாட்டேனா?"

மகாகவி அவர்கள், நாம் சிட்டுக் குருவியைத் தொலைத்து விடுவோம் என்று அறிந்தே சிட்டுக் குருவியை உருவகப்படுத்தி, சிட்டுக் குருவி மூலம், சமூகம் குறித்த தன் ஆதங்கங்களை வெளிப்படுத்திச் சென்றிருக்கிறார்.

சிட்டுக் குருவியும் பாரதி கூறியதைக் கேட்டுவிட்டது போலும். உதறி எறிந்து பறந்து சென்று விட்டது, என் ஐந்தாவது கவிதைத் தொகுப்புக்கு சிட்டுக்குருவி என்ற தலைப்பைக் கொடுத்துவிட்டு.

மகாகவி பாரதி அவர்களுக்கு என் நன்றி.

கவிஞர் திரு.கல்யாண்ஜி அவர்களின் எழுத்துகள் மென்மை யாய், நம் கைபிடித்து, நம்மைக் கவிதைச் சூழலுக்குள் அழைத்துச் சென்று, கவிதையோடு நம்மை ஐக்கியமாக்கிவிடும் திறன் பெற்றவை. மறுபடி, மறுபடி நினைவிற்கு வந்து, அவர் கவிதைகள் தொடர்ந்து மகிழ்ச்சி அளித்துக்கொண்டிருக்கும் என்பதை அனுபவித்தவர்கள் மட்டுமே அறிவர்.

விருதுகள் பல பெற்றவர். எண்ணற்ற கவிதை நூல்கள், சிறுகதை நூல்கள் எழுதியவர். எழுதிக் கொண்டேயிருப்பவர். வண்ணதாசன் என்ற புனைபெயரில் இவர் எழுதிய 'ஒரு சிறு இசை' என்ற சிறுகதை நூலுக்காக இந்திய அரசின் 2016 ஆம் ஆண்டுக்கான சாகித்திய அகாதமி விருது இவருக்கு கிடைத்தது குறிப்பிடத் தக்கது.

இந்த நூலுக்கு கவிஞர் திரு.கல்யாண்ஜி அவர்கள் உரை கிடைத் தால் நன்றாக இருக்கும் என்று ஒரு பேராசை.நெல்லையில் வசித்து வரும் கவிஞர் திரு.கல்யாண்ஜி அவர்களைத் தொடர்பு கொள்ள ஓர் ஆண்டாக எடுத்த முயற்சிகள் பலன் தரவில்லை.

11.04.2023 அன்று ஆழ்வார்குறிச்சியில், சிவசைலநாதர் கல்யாணி அம்பாள் 9ஆம் திருநாள் நிகழ்வில், நள்ளிரவில், ரத வீதி சுற்றி வந்த கல்யாணி அம்பாள் சப்பரத்தை பின் தொடர்ந்து, என் ஆசிரியர் திரு. சாவடி. பொன். சிதம்பரம் அவர்களோடு என் நூல்கள் குறித்து உரையாடியவண்ணம் சென்று கொண்டிருக்கையில், எதேச்சையாய் அவர் கவிஞர் திரு.கல்யாண்ஜி அவர்கள் தன்னுடைய உறவினர் என்று கூறினார். கெட்டியாகப் பிடித்துக் கொண்டு, ஆக வேண்டிய காரியங்களைச் செய்தேன். பின்னர் தெரிந்தது கவிஞர் திரு. கல்யாண்ஜி அவர்கள் என் தந்தையின் நண்பர் என்பது. கவிஞர் திரு.கல்யாண்ஜி அவர்களை நேரில் சந்திக்கும் நல்வாய்ப்பும் கிட்டியது. முத்தாய்ப்பாய் அவர்களின் அருமையான உரையும் கிடைத்தது. இந்த நூலில் தாங்கள் படித்து முடித்த உரையை இரண்டு மணிநேரத்தில், அவர் என் தொகுப்பைப் படித்து எழுதி அனுப்பினார். நான் சிட்டுக் குருவியாய்ப் பறக்கத் துவங்கினேன்.

வளர்ந்து வரும் கவிஞன் மேல் கவிஞர் திரு.கல்யாண்ஜி அவர்கள் எடுத்துக்கொள்ளும் அக்கறை அளப்பரியது.

கவிஞர் திரு.கல்யாண்ஜி அவர்களுக்கு என் நன்றி.

ஆசிரியர் திரு.சாவடி. பொன். சிதம்பரம் அவர்களுக்கு என் நன்றி.

"காண்பியிலே நவீன மொழி" என இயங்கிக்கொண்டிருக்கும் ஓவியர் திரு.டிராட்ஸ்கி மருது அவர்கள், பல விருதுகள் பெற்றவர். கோட்டுச் சித்திரம் வரைதல், இயங்குபடம் (அனிமேஷன்), காட்சி விளைவுகள் (வி எப் எக்ஸ்), மெய்நிகர் உண்மை (வி ஆர்), கணினி வரைகலை (கம்ப்யூட்டர் கிராபிக்ஸ்) போன்ற துறைகளில்

வெற்றிகரமாக இயங்கி கொண்டிருப்பவர். பல பிரபல பத்திரிகை களில் ஓவியம் வரைந்துள்ளார். கலை இயக்குநராகத் திரைப் படங்களில் பணியாற்றி வருகிறார். இவருடைய ஓவியக் கண்காட்சிகள் இந்தியா மட்டுமின்றி ஆஸ்திரேலியா, அமெரிக்கா, இங்கிலாந்து, பின்லாந்து, பிரான்ஸ் போன்ற நாடுகளில் நடை பெற்றுள்ளன.

அரசர்களின் வீர தீரக் கதைகளை எழுத்தில் மட்டுமே பார்த்து வந்தவர்களுக்கு விருந்தாக நாற்பது அரசர்களின் ஓவியங்களுடன் அவர்களைப் பற்றிய குறிப்புகளுடன் "வாளோர் ஆடும் அமலை" என்ற அழகிய நூலை வெளியிட்டுள்ளார்.

ஓவியர் திரு.டிராட்ஸ்கி மருது அவர்களை, எந்த அறிமுகமும் இன்றி, தொடர்புகொண்ட போதும் இன்முகத்துடன் வரவேற்று, இந்த நூலுக்கு மிக நேர்த்தியாக அட்டைச் சித்திரம் வரைந்து கொடுத்துள்ளார்.

ஓவியர் திரு.டிராட்ஸ்கி மருது அவர்களுக்கு என் நன்றி.

பதிப்புத்துறையில் பல சாதனைகள் படைத்து, சமீபத்தில் இந்தியப் பதிப்பாளர் கூட்டமைப்பின் சிறந்த தமிழ் பதிப்பகத்துக்கான விருது பெற்ற, டிஸ்கவரி புக் பேலஸ் நிறுவனம் இந்த நூலை வடிவமைத்து, வெளியிடுவது மிகுந்த மகிழ்ச்சியை அளிக்கிறது. டிஸ்கவரி புக் பேலஸ் நிறுவன உரிமையாளர், இளைஞர் திரு.வேடியப்பன் அவர்கள் பதிப்புத் துறையில் மேலும் பல உச்சங்களைத் தொடப்போகிறார்.

பதிப்பாளர் திரு.வேடியப்பன் அவர்களுக்கு என் நன்றி.

தொடர்ந்து இந்த ஐந்தாவது கவிதைத் தொகுப்பு வரை, தொடர்ந்து எனக்கு ஊக்கம் அளித்து வரும் அனைவருக்கும் என் நன்றி.

பொறியியல் துறை சார்ந்த என்னை, உங்களிடம் கொண்டு சேர்த்த, தாய் மொழி தமிழுக்கு என் நன்றி.

தங்கள் கைகளில் தவழும் "சிட்டுக் குருவி" தங்கள் எண்ணங் களைச் சிறகடிக்கச் செய்யும் என்ற நம்பிக்கையுடன்

ப.சொக்கலிங்கம்
18.09.2023

உள்ளே

1. சிட்டுக் குருவி — 15
2. கையறு நிலை — 17
3. எண்ணங்கள் — 18
4. வாழை — 20
5. சுண்டக் கறி — 21
6. புல்வெளி — 22
7. விடுதலை — 24
8. அன்பு — 25
9. புயல் — 26
10. பூவாளி — 27
11. பெயர் — 28
12. படபடப்பு — 29
13. டிராபிக் சிக்னல் — 30
14. கடத்தல் — 31
15. படித்துறை — 32
16. நந்தவனம் — 34
17. கொலு — 36
18. மழை — 38
19. மரத்தடிப் பழக்கடை — 39
20. தாமரை — 40
21. குழந்தையும், யானையும் — 41
22. திருமண வரவேற்பு — 42
23. தூண்டில் — 43
24. பதைபதைப்பு — 44
25. வறட்சி — 45
26. வளையல் — 46
27. குயிலின் கானம்...... ஒரு அதிகாலையில்..... — 47
28. மரம் — 48
29. இறுக்கமான முகம் — 49
30. மலர் — 50
31. மவுனம் — 51
32. நள்ளிரவு — 52
33. பித்தளைப் பாத்திரங்கள் — 53
34. சாரல் — 54
35. கவளம் — 55
36. நினைவுகள் — 57
37. காகிதக் கப்பல் — 58
38. தென்றல் — 59
39. விடுதலை — 60
40. மணம் — 61
41. கலகம் — 62
42. அலைபேசி — 63
43. மழையின் மணம் — 64
44. பலூன் — 66
45. மழை — 67
46. தென்னை — 68
47. கடல் அலைகள் — 69
48. கடிதம் — 70
49. நறுமணம் — 72
50. நேரம் — 73
51. மழை ஓய்ந்த வேளை — 74
52. மின்மினிப் பூச்சி — 75
53. ரேகைகள் — 76
54. இலக்கணம் — 77
55. நாணம் — 78
56. குடை ராட்டினம் — 79
57. பாசம் — 80
58. காளான் — 81
59. மாம்பழம் — 82
60. கடிகாரம் — 83
61. இலையுதிர்காலம் — 84
62. வேடர்கள் — 85
63. சிட்டுக் குருவிகள் — 86
64. கொய்யா மரம் — 87
65. கோடைக் காலைகள் — 88
66. பூனை — 89
67. மருத மரம் — 90
68. கலக்கம் — 91
69. தபால் பெட்டி — 92
70. கூட்டுக் குடித்தனம் — 93
71. ஆசிரியர் குறிப்பு — 94

சிட்டுக் குருவி

அதிகாலை விழித்து
உணவு சேகரிக்க
பட்டமுடுக்கு வயல்வெளி சென்று
கூடு திரும்பி
தான் ரசித்த வயல்வெளி அழகை
குஞ்சுகளுக்குக் காலை உணவு ஊட்டியவாறே
விவரித்துக்கொண்டிருந்தது தாய்க் குருவி
உத்திரத்துக் கூட்டுக்குள் தன்
அலகை நுழைத்துக்கொண்டு

உம் கொட்டியும்
மழலைக் குரலில் கேள்விகள் கேட்டும்
பிரமித்துப் போயின குஞ்சுகள்

இன்னிசை நிரம்பியது வீடு முழுக்க

குஞ்சுகள் வளர வளர
தாய்க் குருவி கூட்டிச் சென்று
பழக்கப்படுத்தியது
உணவு சேகரிக்க

கூடு திரும்பியும்
குடும்பத்தோடு தொடர்ந்து கொண்டிருந்தது
கலகலப்பாய் அரட்டை

இன்னிசை நிரம்பியது வீடு முழுக்க

ஒரு அதிகாலை சென்ற குருவிகள்
ஏனோ இன்று வரை கூடு திரும்பவில்லை

ப. சொக்கலிங்கம்

நிசப்தம் நிரம்பியது வீடு முழுக்க

அண்ணாந்து அண்ணாந்து பார்த்து
ஏமாந்துகொண்டிருக்கிறேன் நித்தமும்

பொங்கலுக்கு வீட்டை வெள்ளையடிக்கப்
பாதி தொட்டி சுண்ணாம்புக் கற்களைக் கொட்டி
தள்ளி நின்று பித்தளைக் குடத்து நீரூற்றி
கொப்புளங்கள் பொங்கத் துவங்க

காய்ந்து போன வாழைத்தாரின் ஒரு முனையை
அரிவாளின் பின் பகுதியால் தட்டி
தூரிகையாக்கி வைத்து விட்டு

ஒட்டடை அடிக்க ஆரம்பித்தார் இருளப்பன்
இடது காதில் சேமித்திருந்த துண்டு பீடியோடு

உருக்குலைந்தன உத்திரத்துக் காலிக் கூடுகள்
களை இழந்தது வீடு
○

கையறு நிலை

ஓசையின்றி மலர்கின்றன மலர்கள்
பாம்புச்செவி
பட்டாம்பூச்சிகளுக்கு
○

எண்ணங்கள்

இரண்டு வயதில் ரசம் சாதம் ஊட்டப்படுகையில்
அருணாசலம் மாடுகளுக்குக் கழனி கலந்தாரா
என தொழுவத்தில் எட்டிப் பார்த்தது

இரண்டாம் வகுப்பு நெபுலா டீச்சர்
அலெக்ஸாண்டரை வீரமாய்ப் புருஷோத்தமன்
எதிர்கொண்ட காட்சியை விவரித்தது

பன்னிரண்டாம் வயதில் சூப்பர் ஸ்டாரோடு குற்றாலத்தில்
"முரட்டுக் காளை" படப்பிடிப்பில் அளவளாவியது

பெரியவள் வசிக்கும் பாஸ்டனில்
இன்றைய சீதோஷ்ண நிலை

சின்னவளின் பிரிட்டன் விசா நீட்டிப்பு
உறுதியாகி விட்டதா

இன்றைக்கு எந்தத் திருக்குறளை
உள்வாங்கிச் செயல்படுவது

பல்வேறு எண்ணங்கள் ஓடிக் கொண்டேயிருக்கின்றன
துடிக்காத நாடித் துடிப்புகளாய், நான் அறியாது
என் செயல்பாடுகளைத் தீர்மானித்துக்கொண்டு

"வாழ்க்கை சிறியது" ஞானத்தால்
நேர்மறைகளைத் தேர்ந்தெடுக்கத் தொடர்ந்து நான் முயல
வெற்றியும் தோல்வியும் மாறி, மாறி

இப்போதைக்கு என் எண்ணமெல்லாம்
"இந்தக் கவிதை தங்களுக்குப் பிடிக்குமா"
O

வாழை

இரண்டடி வாழைக்கன்றுகள்
வளர்ந்திருந்த வயலுக்குள்
நுழைந்தன குட்டி யானைகள்

குலைகள் தள்ளிய
பக்கத்து வாழைத் தோப்புக்குள்
பெற்றோர்கள் நுழைவதை
ஓரக் கண்ணால் பார்த்தவாறே
○

சுண்டக் கறி

விறகு அடுப்பா
வெண்கல உருளியா
செட்டியார் காலையில் ஆட்டிக் கொடுத்த
நல்லெண்ணெயா
அவியலில் ஐக்கியமான தேங்காய்த் துருவல்களா
சாம்பாரில் மிதக்கும் குரும்பூர்க் கத்தரிக்காய்களா
பக்கத்தில் மர ஸ்டூலில் அமர்ந்துகொண்டு
வெற்றிலையைக் குதப்பியவாறே
சிம்பொனி ஆர்கெஸ்ட்ரா இசையமைப்பாளர் போல
கைப்பிடி நீண்ட பித்தளைக் கரண்டியை
காற்றில் சுழற்றி
அடிபிடிக்காது கிளறி இறக்கும்
தவசுப் பிள்ளை இசக்கியின் கை வண்ணமா

எது கூட்டுகிறது
சுண்டக் கறியின் சுவையை
O

புல்வெளி

இயற்கை வரைந்துவிட்டிருந்தது
பச்சை நிறத்தில் புல்வெளியை
ஆங்காங்கே உதிர்த்திருந்தது மஞ்சள்நிறப் பூக்களை

சற்றே உப்புக் கரித்தன
பனித் துளிகள்,
விடிந்ததும்
பிரியப் போகும் சோகத்தில்
புற்கள் கசிந்த கண்ணீர் கலந்து

புற்களின் பார்வையில்
அலட்சியம்
பூட்டிய கதவு
வெளியே பசியோடு நின்று கொண்டிருந்த மாட்டை
நிமிர்ந்து பார்க்கையில்
கம்பளியாகிப் போனது
குளிர் தாங்கா தரைக்கு

அடர்ந்த புல்வெளிக் காட்டுக்குள்
உணவு கடத்தப்பட்டுக்கொண்டிருந்தது
ரகசியமாய் எறும்புகளால்

பனி
முகம் துடைத்துச் சென்றது
துளிகள் திவலைகளாய்த்
தங்கிவிட்டன
புல்வெளித் துவாலையெங்கும்
கிச்சு கிச்சு மூட்டிக்கொண்டிருந்தது
காற்று
கூச்சத்தில் புற்கள்
வளைந்தும் நெளிந்தும்

முட்களாக இல்லாது போய்விட்டோமே
வருத்தம் புற்களுக்கு
எச்சரிக்கையை உதாசீனப்படுத்தி
தம் மேல் சில மனிதர்கள் நடக்கும்போது
O

விடுதலை

விடுவிக்கப்பட்டதும்
தரையில் துள்ளிக் குதித்து
நொடிப் பொழுதில் உருண்டோடி
சோபா அடியில் ஒளிந்து கொள்கிறது
பேனா மூடி
O

அன்பு

பள்ளி செல்லும் வழியில்
சுடலைமாட சாமி கோவில் தென்புறம்
ஒருக்களித்திருந்த
ஒற்றை மஞ்சணத்தி மரத்தை
நடந்து கடக்கும் போதெல்லாம்
எனக்காகக் காத்திருந்து
தலையிலும் தோள்களிலும்
அன்பை அள்ளித் தெளித்துவிடுகிறது
பெயர் தெரியாத பறவை
O

புயல்

முழுக் கொள்ளளவு எட்டியது ஏரி
பள்ளிக்கூடம் சென்றனர்
வீடு வாங்கிய பட்டதாரிகள்
O

பூவாளி

வறண்ட கோடைகளில்
மேகமாகிவிடுகிறாள்
சிறுமி
O

பெயர்

அந்த ஊரில்
ஐந்து அம்மன் கோவில்கள்
ஒவ்வொரு அம்மன் பெயரையும்
ஒவ்வொரு மகளுக்குப்
பெயரிட்டுவிட்டான் பயிரிடும்
ஏழை விவசாயி

அவனைக் காப்பாற்ற
அடுத்த ஊரில் அவதரித்தாள்
ஆறாவது அம்மன்
O

படபடப்பு

உன் கண் சிமிட்டலில்
தோற்றுப் போன
பட்டாம் பூச்சி
படபடக்கத் துவங்கியது
என் வயிற்றில்
O

டிராபிக் சிக்னல்

குண்டுமணி கொட்டாது
லாவகமாய்க்
கதிர் அறுத்த இளங்கைகள்
கார் கண்ணாடிகளைத்
தட்டிக் கொண்டிருந்தன
காய்த்துப் போன
மூதாட்டியின் கைகளாய்

பச்சை சிவப்பாகி இருந்தது
O

கடத்தல்

அரபிக் கடலில் அஸ்தமனம்
வங்காள விரிகுடாவில் உதயம்
அலைகள் கடத்திவிடுகின்றன
உறங்கும் சூரியனை
O

படித்துறை

படித்துறையில் கால் பதித்தாய்

ரசம் பூசிய கண்ணாடியாய்ச்
சலனமற்றுப் போனது ஆற்று நீர்
அழகு
அளவுக்கு அதிகமாய்
பிரதிபலித்தது உன் முகத்தில்

உன் கண்கள் கண்டு
நீந்த மறந்தன மீன்கள்
எந்தவகை மீன்கள்
என்ற குழப்பத்தில்

படியில் தோய்ந்திருந்த
மஞ்சள்
ஏங்கத் துவங்கியது
உன் மேனியில் தோய

இறக்கி வைத்த
காலிப் பித்தளைக் குடம்
காக்கத் துவங்கியது
எடை கூடி
உன் இடை சேர

நீரில் மூழ்கியிருந்த
கடைசிப்படி
ஆற்றின் வாசற்படியாய்
வரிசைப்படி காத்திருந்தது
உன் பாதங்களைத் தாங்க
பாசத்தோடு

ஆற்றை நோட்டமிட்டு
ஆழத்தைக் கணக்கிட்டாய்
தன் மனத்தின் ஆழத்தை
யாரும் அறிய விடாதவள்

காதலன் நினைவு வர
நாணத்தால் முகம் சிவந்தாய்
மெலிதாய்ச் சிலிர்த்து அடங்கியது
ஆற்றின் மேற்பரப்பு

கண்டு களித்து
பரவசமடைந்த மேகங்கள்
பொழியத் துவங்கின
மெலிதான மழைத் துளிகளை

ஆற்றில் இறங்காமலேயே
ஓர் ஆனந்தக் குளியல்
குதூகலத்தில்
மூழ்கியவாறே
○

ப. சொக்கலிங்கம்

நந்தவனம்

ஞாயிறு
திங்களாகிவிடுகிறது
புதன் நண்பகலில்
உன்னோடு
நான் நடக்கையில்
முதலில் யார் சொல்வதென்று
தயக்கம் மேலோங்க
வார்த்தைகளின்றி
சொல்லிவிட்டன
நம்மிருவர் கண்கள்

உன் கொலுசுக்கும்,
சிரிப்புக்கும்
நித்தமும் நடக்கும் போட்டியில்
தோற்றுப் போவது
எப்போதும் நான் மட்டுமே

மலராத மொட்டாகவே
உதிர்ந்து விடுகின்றது
நீ சூடிய மல்லி
உன் புன்னகை
காண முடியாத சோகத்தில்

என் உள்ளுணர்வுக்கும்
பார்வை கிடைத்தது
நீ, என்னைப்
பின்னால் இருந்து
பார்க்கும் பொழுதெல்லாம்

நீ சென்ற
பாதை
நந்தவனமாய்
என் கண்களுக்கு
நான் செல்லும் போதெல்லாம்
O

கொலு

நீர் பெருகி விவசாயம் செழிக்க
அடைத்திருந்த களிமண்
பொம்மைகளாய்க் கொலுவில்
கண்கவர் வண்ணங்களில்
உருவாக்கியவர் எண்ணங்களில்

கடவுள்களின் அணிவகுப்பு
கம்பீரமாய் சீரான இடைவெளியில்
கும்பகர்ணனின் தூக்கம்
தொடர்ந்து கொண்டிருக்கிறது
கொலுமேடையிலும்

தொப்பை தெரிய
சிரித்துக்கொண்டிருக்கிறார் புத்தர்

பட்டுப்புடவைக்கடை விளம்பர மாடல்களாய்
குழந்தைகளும், பெண்களும்

தேங்காய்ப்பூ சூடிய பூம்பருப்பு சுண்டல்
நெய் ஒழுகும் சர்க்கரைப் பொங்கல்
ஆவி பறக்கத் தரையில்
பக்தி மணத்தைக் கூட்டியவாறே
மின்விசிறி ஆட்டிக் கொண்டிருந்தது
தஞ்சாவூர் பொம்மைகளை
பொறாமையோடு மின்விசிறியை
முறைத்தவாறே குடும்பத்தலைவர்

கலப்பை பிடித்து
உழுது கொண்டிருக்கிறான் விவசாயி
இடது ஓரமாய்
கடைசிப் படியில்
இந்த ஆண்டும்
○

மழை

பட்ட மரத்தில்
தூக்கணாங்குருவிக் கூடுகள்
அடுத்த மழைக்கு
மரத்தோடு
காத்துக் கொண்டு
O

மரத்தடிப் பழக்கடை

காய்க்காத மரம்
அளித்துக் கொண்டிருக்கிறது
அணில்களுக்கு
விற்காத பழங்களை
O

ப. சொக்கலிங்கம்

தாமரை

இன்றைக்கும் குளத்தில்
மூழ்கிக் குளிக்க முடியாத வருத்தத்தில்
கண்ணயர்ந்தது
அலைகளின் தாலாட்டில்
O

குழந்தையும், யானையும்

யாரிடம் யார்
நடை பழகியது
தத்தித் தத்தியே
O

ப. சொக்கலிங்கம்

திருமண வரவேற்பு

பன்னீர் தெளித்து
செயற்கையான சிரிப்போடு
வரவேற்றுக் கொண்டிருந்தனர்
சீருடை அணிந்த இளம் பெண்கள்
தாம் எப்போது மணமேடை ஏறுவோம்
என்ற ஏக்கம் நிறைந்த கண்களோடு

ஒன்று விட்ட சித்தப்பாக்கள்
ஒன்று கூடும் இடம்

புகைப்படங்களுக்குச்
சிரித்துக் கொண்டேயிருந்தான்
மேடையில் மணமகன்
கடைசி வாய்ப்பை
நன்கு பயன்படுத்திக்கொண்டு

பட்டுப்புடவைகளுக்கிடையே
நடந்துகொண்டிருந்தன உரையாடல்கள்

குலோப் ஜாமூனைக் கண்டதும்
சுகர் மாத்திரை போட மறந்தனர் சிலர்

உறவுகளின் உரிமம்
புதுப்பிக்கப்பட்டுக்கொண்டிருந்தது
O

தூண்டில்

மாட்டியிருந்தது புழு
விடுவிக்கப் போய்க்கொண்டிருந்தது
மீன்
O

ப. சொக்கலிங்கம்

பதைபதைப்பு

முகம் முழுக்க மூடி
ஆடவனோடு
இடைவெளியின்றிப்
பின்இருக்கையில் அமர்ந்து
இரு சக்கர வாகனத்தில்
வேகமாய்க் கடந்து சென்ற
கல்லூரி மாணவியைக் கண்டு
பதைபதைத்தாள்
பேருந்தில் ஜன்னலோரம் அமர்ந்திருந்தவள்
தொப்புள் கொடி உறவு
O

வறட்சி

வயல் ஊடே
வீராவேசமாய்
ஆயுதம் ஏந்தி
வண்ணம் பூசிய சிலைகளாய்க்
காவல் தெய்வங்கள்
அச்சத்தோடு
அகன்று சென்றன
அடர்த்தியான மேகங்கள்
O

வளையல்

தலைவனை
எதிர்பார்த்து
எதிர்பார்த்து
பெருத்து விடுகின்றன
தலைவியின் வளையல்கள்
○

குயிலின் கானம்...... ஓர் அதிகாலையில்.....

புல்லரித்தன மரங்கள்
கண் விழித்தது நிசப்தம்
மொட்டுகள் மலர்ந்தன மெட்டில் மயங்கி
இலகுவாகின மனங்கள்
கடத்தத் துவங்கியது மெலிதான காற்று
வெளி வந்தன அணில்கள் தெளிவாய்க் கேட்க
படபடத்தன பட்டாம் பூச்சிகள் பின்னணி இசைக்குக்
காட்சியாய்க்
கண் விழித்து ரசிக்க மறந்தது மெய்மறந்த குயில்
O

ப. சொக்கலிங்கம்

மரம்

கால் கடுக்க நின்று கொண்டிருந்தது
பூங்காவின் மரம்
மரத்தடியில் நாற்காலிகள்
O

இறுக்கமான முகம்

சில கணங்களுக்கு முன்
அழுது புரண்ட நிகழ்வுகளைத்
தெரிவித்துக்கொண்டிருந்தன
சீருடை அணிந்து
தனியாய் ஆட்டோவின்
பின் இருக்கையில்
நடுநாயகமாய் அமர்ந்து
விளையாட்டுப் பள்ளி
சென்று கொண்டிருந்த
சிறுமியின் கண்கள்
O

மலர்

சோம்பல் முறித்தன
சுருண்டிருந்த இதழ்கள்
அதிகாலையில்
O

மவுனம்

உரக்கப்
பேசி விடுகிறது
வார்த்தைகள் இன்றி
○

ப. சொக்கலிங்கம்

நள்ளிரவு

ஓசை தூங்கச் சென்று விட்டது
நிசப்தத்தை எழுப்பிவிட்டு

ஆந்தைத் தம்பதியினரின் உரையாடல்
மனிதர்களுக்குப் புரியாத மொழியில்

வண்டுகள் சுருதி சேர்த்துக்கொண்டிருந்தன
தோட்டத்து மலர்களோடு

சொப்பனங்கள் பாய்ச்சிக் கொண்டிருந்தது வட்டநிலா
அவரவருக்கு ஏற்ற மாதிரி

சரக்கு லாரிகள் உறுமிச் சென்றன
உறங்காத ஓட்டுநர்களால்

இரைதேடும் மும்மரத்தில் பாம்புகள்
தடங்களை வளைய விட்டுக் கொண்டு

மின் விளக்குகள் எரிந்தும், அணைந்துமாய்
நீரிழிவுக்காரர்களின் வீடுகள்

இன்றைக்காவது நள்ளிரவைக் காண்போமா
ஏக்கத்தோடு எட்டிப் பார்த்தது சூரியன்
○

பித்தளைப் பாத்திரங்கள்

நிரம்பி வழிகின்றன
பந்தி பந்தியாய்
பசி ஆற்றிய நினைவுகள்
ஈயம் அற்றுப்போன
பித்தளைப் பாத்திரங்களில்
○

ப. சொக்கலிங்கம்

சாரல்

ஒளிய மறுத்துவிடுகிறது
சாரல் பொழிகையில்
ஒளியோடு வெயில்
○

கவளம்

கடைசி மண்ணெண்ணெய்த் துளி
ராசுச் சிறுவன்
வீட்டுப்பாடம் எழுதி முடிக்கும்வரை
இழுத்துப் பிடித்த மூச்சை ஒரேயடியாய் விட்டுவிட
ஒளிர்ந்த சிம்னி விளக்கு
ஒளிந்து கொண்டது குடிசையோடு கும்மிருட்டில்

வெட்கப்படாது பல கோணங்களில் நெளிந்திருந்த
அடி கறுத்த அலுமினியப் பானையில்
பொறுக்கிய சுள்ளிகள் எரித்து
சித்தாயிப் பாட்டி போட்ட வெந்நீரில்
வெட்கத்தோடு குளித்தான் வெட்டவெளியில்
பெற்றோர்களை இழந்து பாட்டியோடு தனியே வசிக்கும்
ராசு

நாற்று நட்டு, களை எடுத்து, கதிர் அறுத்து
சித்தாயிப் பாட்டி சேமித்த பணம் அளித்த
நீர் ஊற்றிய சாதத்தோடு
ஈருள்ளி கடித்துக் கிளம்பினான் எஸ் டி சி ஆரம்பப்
பள்ளிக்கு
"இதுக்கு மேல ஒட்டுப்போட முடியாதுல" எரிச்சலோடு
கோபால் டைலர் திருப்பிக் கொடுத்த
கால் சட்டையை அணிந்தவாறே

ஆசிரியையைப் பார்க்கையில்
பாட்டி நினைவுக்கு வந்தாள்
ஓய்வு பெற்ற ஆசிரியையாய்
மற்றவர்களோடு வயலில்
நாற்று நடுவது எப்படி என்பது போல்
பாட்டி எடுக்காத வகுப்புகளா

சாதத்தைத் தனக்களித்து
நீராகாரத்தை அவள் பருகி
விரித்த பாயில் சுருண்டு படுத்திருக்கும்
சித்தாயிப் பாட்டி நினைவு வந்தது
மதிய உணவு இடைவேளையில்
இறங்க மறுத்தன சத்துணவுக் கவளங்கள்
O

நினைவுகள்

உன் புன்னகை
பொய்க் கோபம்
கண்டும் காணாது சென்றது
புலனத்துப் பதிவுகள்
விழிகளின் மொழிகள்
ஒன்றன்பின் ஒன்றாய்
நினைவுக்கு வந்தன
உன் திருமண அழைப்பிதழை
நீ எனக்கு அளித்து
நான் நினைவிழக்கும் வரை
O

ப. சொக்கலிங்கம்

காகிதக் கப்பல்

கட்டிய அசதியில்
உறங்கிய சிறுமியருகே
தரைதட்டியிருந்தது கப்பல்
O

தென்றல்

என் பார்வையைத்
தவிர்த்து விடுகிறாய்

தஞ்சம்புக
தவழ்ந்து வரும் தென்றலை
வளைந்து நெளிந்து
தவிர்த்துவிடும்
தொங்குகின்ற பூக்கொடி போல
கடந்து செல்கிறேன்

திரும்ப வழியின்றி
வலியோடு செல்லும்
வழி தெரியாத
தென்றலாய்
O

ப. சொக்கலிங்கம்

விடுதலை

மலர்கையில் விடுதலை
விதைக்குள் சிறைபட்ட
வண்ணங்களுக்கு

○

மணம்

மறைவாய்ப் பள்ளத்தில் செடி நட்டான்
மலர் திருடு போகாதிருக்க
மேடு முழுக்க மலரின் நறுமணம்
○

கலகம்

கலகம் ஏற்படுத்தின
மதில் சுவர் தாண்டிய
இருபுறத்து மரக்கிளைகள்
பாசத்தில் பின்னிப்பிணைந்திருந்தன
வேர்கள்
O

அலைபேசி

சிறுவர்கள்
விளையாடிக்கொண்டிருந்தனர்
காலியாக மைதானம்
O

மழையின் மணம்

தென்மேற்குப் பருவமழையின்
திசைமாறிய மேகங்கள்
கொட்டித்தீர்த்தன சென்னையில்
இருள் கவியத்துவங்கிய நேரத்தில்

மணக்கத் துவங்கியது மண்

வாயால் கெட வாய்ப்பின்றி
சந்ததியற்றிருந்தன தவளைகள்

குளித்த அசதியில்
நாணத்தோடு அரவமின்றி மரங்கள்
மழையின் மணத்தைப் பரப்பிக்கொண்டு

ஆழ்ந்த நித்திரையில் நட்சத்திரங்கள்
மேகங்களை இழுத்துப் போர்த்திக்கொண்டு

அரைத் தூக்கத்தில் நிலா
புரைகண்ட கண்ணாய்
இலைகள்
மலர்கள்
செடிகள்
மரங்கள்
ஒன்றன்பின் ஒன்றாய்
உறங்கத் துவங்கின

உறங்க மறுத்தது மனம்
வியாபித்திருந்தது மழையின் மணம்
O

பலூன்

சுதந்திரமாய்ப்
பறந்து கொண்டிருந்தது
சிறைப்பட்டிருந்த காற்று
O

மழை

குளுமையாய் ஒரு
கொடுக்கல் வாங்கல்
மரங்களுக்கும், மேகங்களுக்கும் இடையே
சிலிர்த்துப் போனது
சுற்று வட்டாரம்
○

ப. சொக்கலிங்கம்

தென்னை

குடியானவன் குடிசையின்
கூரை நிலை கண்டு
தாமாக
உதிரத் துவங்கின
கீற்றுகள்
O

கடல் அலைகள்

என் தயவில் நீ
அலைவரிசைகளில் தொடர் எச்சரிக்கைகள்
நிலத்திற்கு
O

ப. சொக்கலிங்கம்

கடிதம்

உடல்நலம் விசாரித்து
எழுதப்பட்ட கடிதம்
எழுத்துகள் தெரிவித்தன
எழுதியவர் உடல்நலத்தை

உணர்வுகள்
உலர்த்தப்பட்ட காகிதம்

சப்தமின்றி நடத்துகிறது
ஒரு பேச்சுவார்த்தையை

எழுத்துப் பிழைகளைத்
திருத்த முடியாத விரக்தியில்

மகிழ்ச்சிச் செய்தியாக
இருக்க வேண்டுமென
மனம் பிரார்த்தித்தது
"அன்புள்ள....." பதிந்ததுமே

எழுதி மடிக்கப்பட்டதும்
பதில் கடிதம்
எப்படி இருக்குமென்ற
கற்பனையில்

உன் எழுத்துகள்
அனைத்தும்
உன் வாசனையோடு.

புழுதி படர்ந்து விடுகிறது
எழுத்துகளில்
பால்ய காலம்
நினைவோட்டப்பட்ட போதெல்லாம்

கனமாய்ச் செய்தி
கூடவில்லை எடை

வெற்றிச் செய்தி
மகிழ்ச்சியில் பறந்தது கடிதம்
மின்விசிறி நிறுத்தப்படும் வரை

மனத்தின் வெளிப்பாடு
கையெழுத்தில்

உணர்ச்சிமிகு வார்த்தைகள்
அணிவகுப்பு மைதானம்

பொக்கிஷமாகிவிடுகிறது
பாதுகாக்கப்படும்போது
O

ப. சொக்கலிங்கம்

நறுமணம்

நீரும் மணக்கிறது
வேரிலிருந்து
மலரை அடைந்ததும்
O

நேரம்

காத்துக் கொண்டிருக்கிறேன்
நிற்க மறுக்கிறது
O

மழை ஓய்ந்த வேளை

தார்ச் சாலையில் முகம் பார்த்து
சிகை சரி செய்தன மரங்கள்
காற்றின் உதவியோடு
O

மின்மினிப் பூச்சி

இருளில் ஒரு ரகசியத் தேடல்
வெளிச்சம் போட்டுக்
காட்டிக் கொண்டு
O

ப. சொக்கலிங்கம்

ரேகைகள்

சுருக்கங்களாய்
முகத்தில் தஞ்சம்
காய்த்துப் போயிருந்தன கைகள்
O

இலக்கணம்

எல்லா இலக்கணங்களும் உன்னிடத்தே!
இலக்கியம் தஞ்சமடைந்தது
என்னிடத்தே!
O

நாணம்

முகம் சிவக்கிறது
வெற்றிலை
மடித்துக் கொடுக்கையில்
O

குடை ராட்டினம்

சந்தோச மழையை
ஒழுகவிட்டுக்
கொண்டிருந்தது பொத்தல்கள் இன்றி
O

ப. சொக்கலிங்கம்

பாசம்

பாம்படத்தைக் கைப்பற்றியதும்
மாயமானான் இறுதிச் சடங்கு செய்யாது
இன்னொருமுறை
மரணித்துப் போனாள் பாட்டி
○

காளான்

குதூகலமாய்
இயற்கை
நிலத்திற்கு
வெண்கொற்றக்குடை விரித்து
O

ப. சொக்கலிங்கம்

மாம்பழம்

தோலைக் கீறி
சதைகளைத் துண்டுபோட்ட
கத்தியால் கிடைத்தது
விடுதலை
உண்ட மயக்கத்து வண்டிற்கு
O

கடிகாரம்

அடுத்த வினாடியை
வினாடிப் பொழுதில்
அடையும் அவசரத்தில்
O

இலையுதிர்காலம்

தியானத்தில்
வேர்கள்
O

வேடர்கள்

உடல் முழுக்க
அம்புகள் எய்து
பிளிற பிளிறத்
தந்தங்களை வெட்டிய
வேடர்கள் குறித்து எழுதியோர்

தந்தங்களோடு
தப்பி ஓடுகையில்
வேடர்கள் மீது புலிகள்
பாய்ந்ததை
எழுத மறந்து விட்டனர்
○

ப. சொக்கலிங்கம்

சிட்டுக் குருவிகள்

ஒய்யாரமாய்ப் பேசிக்கொண்டிருந்தன
விறைத்துப் போயின அமர்ந்திருந்த மின் கம்பிகள்
மின்சாரம் என்னுள் பாய்ந்து கொண்டிருந்தது
○

கொய்யா மரம்

பிஞ்சுகள் அணில்களுக்கே
கொய்யாப் பழம் இன்றுவரை
எனக்குக் கிடைத்தபாடில்லை
O

ப. சொக்கலிங்கம்

கோடை காலைகள்

அனுபவிப்பதற்குள்
காய்ந்து விடுகின்றது
அதிகாலைக் குளுமை
O

பூனை

ஓடுகளுக்கும் பனங்கம்புகளுக்கும்
இடைவெளி அதிகரித்திருப்பதைக்
காட்டிக் கொடுத்தது
O

ப. சொக்கலிங்கம்

மருத மரம்

மேலக் குளத்தோரத்து
மருத மரத்தில்
ஆங்காங்கே
ஆலம் பழங்கள்

கிளைகளில் கிளிகள்
அண்ணாந்து பார்க்கையில்
O

கலக்கம்

வைக்கோல் பிரி தேய்த்து
குளிப்பாட்டி
தன் கழுத்தில் கட்டப்பட்ட
தாம்புக் கயிற்றின் மறு முனையைக்
கெட்டியாய்ப் பிடித்தவாறே
வீட்டுத் தொழுவத்திற்குத்
தன்னை அழைத்துச் செல்லும்
மனைவி இழந்து
பெற்ற பிள்ளைகள் கை விட்டு
தனிமையில் வசிக்கும்
முதிய விவசாயியை
அவர் படுத்தால் யார் கவனிப்பார்
என்ற கவலையோடு
மெதுவாய்ப் பின் தொடர்ந்த மாட்டின் நடை

தனக்குப் பின்
இந்த மாட்டை யார் கவனிப்பார்
என்ற கவலையோடு
தளர்ந்து நடந்த
முதிய விவசாயியின்
நடையோடு தானாய் ஒத்துப் போனது

இருவரின் மனக் குமுறல்கள் கேட்டுக் குளம்
கலங்கிப் போனது
O

ப. சொக்கலிங்கம்

தபால் பெட்டி

இடதும் வலதுமாய் கிளைபரப்பி
உயர்ந்து வளர்ந்திருந்த ஒற்றை மரத்தை
சிலுவையாக்கியிருந்தது
பருத்த ஆணியால்
அறையப்பட்டிருந்த
குருதி நிறத்து தபால்பெட்டி
உயிர்த்தெழுதல் நிகழ்ந்து கொண்டிருக்கிறது
மாலை மூன்று மணிக்கு
ஒற்றை மரத்தை அகற்றவிடாது காப்பாற்ற

O

கூட்டுக் குடித்தனம்

ஜன்னலைத் திறந்தபோது
இறக்கைகளின் சடசடப்புச் சப்தம்

பறந்து சென்றது ஒரு புறா
மிரட்சியோடு விழிகள் உருட்டி
என்னைப் பார்த்தவாறே

நாளெல்லாம் கூடு கட்ட மரம் தேடி
ஏமாந்து
என் வீட்டு ஜன்னலைத் தேர்ந்தெடுத்திருக்கிறது
எனக்குத் தெரியாமல்

எத்தனை நாட்களாகக் குடியிருக்கிறது
தெரியவில்லை , தெரியவும் விரும்பவில்லை

ஜன்னலை அழுத்தி மூடி விட்டேன்
குடியேற்றம் மறுபடி நிகழுட்டும் என்று

அன்று மூடியவன்தான்
திறக்கவேயில்லை
திரும்பியிருக்கும் என்ற நம்பிக்கையில்

நாட்களைக் கடத்திக் கொண்டிருக்கிறோம்
ஜன்னலை நடுவே வைத்துக் கொண்டு
புறாவும், நானும்
○

ஆசிரியர் குறிப்பு

ப.சொக்கலிங்கம் அவர்கள் பிறந்த வருடம் 1966. அவரின் சொந்த ஊர் ஆழ்வார்குறிச்சி. ஒருங்கிணைந்த திருநெல்வேலி மாவட்டம்.

ஆழ்வார்குறிச்சியில் பள்ளிப் படிப்பு முடித்து, நெல்லை அரசுப் பொறியியல் கல்லூரியில் இயந்திரவியல் பட்டப் படிப்பு முடித்தார். பின்னர் கிண்டி அரசுப் பொறியியல் கல்லாரியில் எம்.பி.ஏ மற்றும் ஐ .ஐ .எம் கல்கத்தாவில் ஒரு வருட மேலாண்மைக் கல்வியும் கற்றுள்ளார்.

கார்போரண்டம் யூனிவர்சல் லிமிடெட் லார்சன் அண்ட் டூயூப்ரோ, அன்சால்டோ போன்ற நிறுவனங்களில் 28 ஆண்டுகள் பணியாற்றியுள்ளார்.

2014 முதல் சென்னையில் திவிதீப் என்ஜினீயர்ஸ் பிரைவேட் லிமிடெட் என்ற நிறுவனம் ஆரம்பித்து நடத்தி வருகிறார்.

பஞ்சவர்ணக் கிளி, அஞ்சறைப் பெட்டி, ஐம்புலன், ஒற்றைத் தண்டவாளம் என்ற தலைப்புகளில் 4 கவிதைத் தொகுப்புகளை வெளியிட்டுள்ளார்.

இந்தச் “சிட்டுக் குருவி” கவிதைத் தொகுப்பு அவரது ஐந்தாவது கவிதைத் தொகுப்பு.

ப.சொக்கலிங்கம் அவர்களின் பிற கவிதை நூல்கள்

- ❖ பஞ்சவர்ணக் கிளி
- ❖ அஞ்சறைப் பெட்டி
- ❖ ஐம்புலன்
- ❖ ஒற்றைத் தண்டவாளம்